ቀለሜዋ 2

፪ተኛ:መጽሐፍ

ማንበብና : መጻፍ : እያቀለሙ : መማሪያ

በሰሎሞን : ኃይሉ : ወልደ : ማርያም ::

QELEMEWA COLORING BOOK 2

Reading and writing Amharic simplified.

By Solomon Hailu Wolde Mariam

216 Amharic words with English pronunciations and translations.

በኢትዮሀሁ : ፊደሎች : የተዘጋጀ : እና የታተመ ::

Published by ethiohahu.com/
Ethiopian Font Foundry

የመጽሀፋና በመጽሀፋ ውስጥ የሚገኙት የፊደል ዐይነቶችና ሥዕሎቹ መብት
የሰሎሞን ኃይሉ ወ/ማ ነው። ©

ሚያዝያ ፳፻፰ ዓ.ም ።

በኢትዮሀሁ ፊደሎች የተዘጋጀ ።

IISBN-10:0-692-69847-7
ISBN-13:978-0-692-69847-1

Published by Ethiohahu / Ethiopian Font Foundry.
Los Angeles, California. USA

የዚህ መጽሐፍ ቀና ዓላማ
የሚያነቡ ፣ የሚጠይቁ ፣ የሚያስቡ ፣ አዳዲስ ፡ ነገሮችን ፡ የሚፈጥሩ ፡ ወይም ፡ ያለውን ፡ የሚያሻሽሉ ፡ ኩሩ ፡ ትውልድ ፡ ለማፍራት ፡ ነው ።

አጭር ፡ መግለጫ ፡ በቀለሜዋ ፡ መጻሕፍትና ፡ በኢትዮ ሀሁ ፡ ፊደሎች መሳሊያ (software) ፡ ስለተካተቱ ፡ ጉዳዮች ።

በ ethiohahu.com ላይ ፡ እንደተገለጸው ፡ የኢትዮ ሀሁ ፡ ዋንኛ ፡ ዓላማዎቹ ፡ አንዱ ፡ ፊደሎቻችንን ፡ ጥንታዊነታቸዉን ፡ እንደጠበቁ ለዘመናዊ ፡ አገልግሎት ፡ መቅረጽና ፡ ለመጪው ፡ ትውልድ ፡ ማስተላለፍ ፡ ነው ።

፩) የ ጨ እና የ ጬ ጉዳይ ።

በተለያዩ ፡ ዘመናት ፡ በማስተማሪያ ፡ የፊደል ፡ ገበታዎቸና ፡ በህትመት ፡ ሥራዎቸ ፡ ላይ ፡ ሁለት ፡ አይነት (ጨ) ዎች ፡ እናያለን። ፊደሉ ጨ በአጼ ፡ ኃይለ ፡ ሥላሴ ፡ ዘመን ፤ በደርግ ፡ ዘመን ፡ የፊደል ፡ ገበታ ፡ ላይ (ጨ) ለማስተማሪያነት ፡ ውሏል ፤ በሦስቱ የኢትዮጵያ ፡ ሊቃውንት ፡ ማለትም ፡ በመምህር ፡ ክፍለ ፡ ጊዮርጊስ ፡ በአለቃ ፡ ኪዳነ ፡ ወልድ ፡ ክፍሌ ፡ እና ፡ በአለቃ ፡ ደስታ ፡ ተክለ ፡ ወልድ በ1948 ዓ.ም በታተመው ፡ መጽሐፈ ፡ ሰዋስው ፡ ወግስ ፡ ወመዝገበ ፡ ቃላት ፡ ሐዲስ ፡ ላይ (ጨ) ን እናያለን ። ቀለሜዋና ፡ ኢትዮ ሀሁ ፡ ለምን ፡ ፊደሉ (ጨ)ን ፡ ለመጠቀም ፡ እንደወሰነ ፡ ተከታዩን ፡ ማስረጃ ፡ እንመልከት ።

አለቃ ፡ ኪዳነ ፡ ወልድ ፡ ክፍሌ 1926 ዓ.ም ፡ በታተመው ፡ **መዝገበ ፡ ፊደል** ፡ በተሰኘው ፡ መጽሃፋቸው ፡ ገጽ ፲፫ ላይ ፡ ስለ ፡ ፊደሉ (ጨ) የሚከተለውን ፡ ጽፈዋል ። “የ ጨ አጣጣፍ ፡ ቅጥሉ ፡ በኹለት ፡ እግሮቹ ፡ ብቻ ፡ እንጂ ፡ በሦስተኛው ፡ እግሩ ፡ እንዳባቱ ፡ ነው (እንዳባቱ ፡ ነው ሲሉ ፡ ፊደሉ (ጠ)ን ማለታቸው ፡ ነው ።) ከካብዕ ፤ ከሣልስ ፤ ከኃምስ ፡ ምልክት ፡ በቀር ፡ ሌላ ፡ ቅጥል ፡ አይገባበትም ። በሦስተኛው ፡ እግሩ ፡ መቀጠልና ፡ ኃምሱን ጬ ማለት ፡ የተሳሳተ ፡ ነው ፤ የቅጥሉ ፡ ዝሮ ፡ ወይም ፡ ቀለበት ፡ እንደ ኈ ኍ ኰ ቈ ግእዝ ፡ ወይም ፡ እንደ ሎ ፡ ሳብዕ ፡ ቢያሰኘው ፡ እንጂ ፡ ኃምስ ፡ አያሰኘውም ። ”

ስለዚህ ፡ በቀለሜዋ ፡ መጻሕፍቶችና ፡ በኢትዮ ሀሁ ፡ በተቀረጹ ፡ ፊደሎች ፡ እንደሚከተለው ፡ ተስተካክለዋል ።

የጨ ፡ ቤት ፡ ጨ ጩ ጪ ጫ ጨ ጭ ጮ ጯ

፪) የፊደል ፡ ማጥበቂያ ፡ ጉዳይ ።

ፊደል ፡ ከራሰጌው ፡ ላይ ፡ ነጥብ ፡ ወይም ፡ ነቁጥ ፡ ሲጨመርበት ፡ ይጠብቃል ። በፊደል ፡ ላይ ፡ የማጥበቂያ ፡ ምልክት ፡ መጨመር ፡ ትርጉምን ፡ በማያሻማ ፡ ሁኔታ ፡ ስለሚገልፅ ፡ የማንበብ ፡ ፍጥነትን ፡ እና ፡ ፍላጎትን ፡ ይጨምራል ። ይሁንና ፡ በስፋት በምንጠቀምባቸው ፡ መሳሊያ (software) ላይ ፡ ባለ ፡ ሁለት ፡ ነጥብ ፡ ማጥበቂያ ፡ እንመለከታለን ። በአለቃ ፡ ኪዳነ ፡ ወልድ ክፍሌ በ1948 ዓ.ም. በታተመው ፡ መጽሐፈ ፡ ሰዋስው ፡ ወግስ ፡ ወመዝገበ ፡ ቃላት ፡ ሐዲስ ፡ ገጽ ፵፫ ላይ ፡ ማጥበቂያ ፡ ወይም ነቁጥ ፡ የሚሉት ፡ ባለ ፡ አንድ ፡ ነጥብ ፡ የማጥበቂያ ፡ ምልክት ፡ ስለሆነ ፡ ይኸው ባለ ፡ አንድ ፡ ነጥብ ፡ የማጥበቂያ ፡ ምልክት በኢትዮ ሀሁ ፡ ምርቶች ፡ ላይ ፡ ተካቷል ።

፫) የፊደሎች ፡ ቁመት ፡ ጉዳይ ።

ለ Olympia እና Olivetti ለመሳሰሉት ፡ የጽህፈት ፡ መኪናዎች ፡ ሲባል ፡ ቁመታቸው ፡ ያጠሩ ፡ እንደ *መ ፤ ሠ ፤ ወ ፤ ዐ ፤ ፀ* የመሳሰሉ ፡ ፊደሎች ፡ ሲሆኑ ፡ የተረፉት ፡ ፊደሎች ፡ ደግሞ ፡ በፊደል ፡ ቀራጮች ፡ውሳኔ ፡ ቁመታቸው ፡ተበላልጦ ፡ ተቀርጿል። በመሆኑም ፡ የኢትዮጵያ ፡ ፊደሎችን ፡ ለመጀመሪያ ፡ ጊዜ ፡ ለተመለከተ ፡ ሰው ፡ የቁመታቸውን ፡ ወጣ ፡ ገባነት ፡ እንደ ፡ መደበኛ ፊደል ፡ በመቁጠር ፡ አላስፈላጊ ፡ ጥናት ፡ ወስጥ ፡ በማስገባት ፡ የመማር ፤ የማንበብ ፡ ፍጥነትንና ፡ ፍላጎትን ፡ ሊቀንስና ሊያካብድ ፡ ይችላል ። ከላይ ፡ ለተጠቀሱት ፡ ችግሮች ፡ መፍትሄ ፡ የኢትዮ ሀሁ ፡ ፊደሎች ፡ በሙሉ ፡ ጥንታዊነታቸውን ፡ እንደጠበቁ ፡ ቁመታቸው ፡ አኩል ፡ ሆኖ ፡ ተቀርጸዋል ።

በተከታዩ ፡ ምሳሌ ፣ ወጣ ፡ ገባ ፡ ቁመት ፡ የሚለውን ፡ ዓረፍተ ፡ ነገር ፡ በስፋት ፡ በምንገለገልበት ፡ የ Microsoft ፡ ኒያላ ፡ ፊደልን ብንመለከት ፡ ሰባቱም ፡ ፊደሎች ፡ ሰባት ፡ የተለያየ ፡ ቁመት ፡ አላቸው ፦

ወጣ ገባ ቁመት | ወጣ ገባ ቁመት በኢትዮ ሀሁ ፡ ፊደል

፬) በቀላሉ ፡ የእጅ ፡ ጽሁፍ ፡ ለመማርም ፡ ሆነ ፡ ለማስተማር ፡ የተቀረጹ ፡ ፊደሎች ። ለምሳሌ ፦ ቸ ለመጻፍ . . .

ቸ በተለመደው ፡ የፊደል ፡ ገበታ ፡ በ7 መስመሮች ፡ ይጻፋል ።

በኢትዮ ሀሁ ፡ የፊደል ፡ ገበታ ፡ በ 3 መስመሮች ፡ ይጻፋል ።

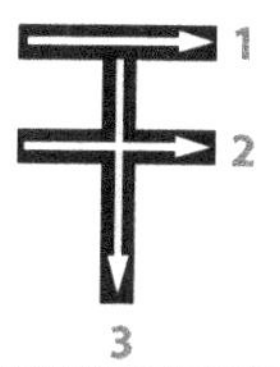

፭) ለአእምሮ ፡ ማጎልመሻ ፡ በጥንቃቄ ፡ የተመረጡ ፡ 216 የአማርኛ ፡ ቃላቶች ፡ ከነእንግሊዝኛ ፡ ትርጉማቸው ተካተዋል። ወላጆችና / አስተማሪዎች ፡ የፈቀዱትን ፡ ወይም ፡ የፈለጉትን ፡ ዓረፍተ ፡ ነገር ፡ በመሥራት ፡ ሊያስተምሩባቸው ፡ ይችላሉ ።

፮) 692 አያቀለሙ ፡ መማሪያ ፡ ፊደሎች ።

፯) 320 ፊደሎች፦በጨዋታ ፡ መልክ ፡ ነጥቦችን ፡ በማገጣጠም ፡ ጽሁፍ ፡ መለማመጃዎች . . ተካተዋል። በበለጠ ፡ ለመረዳት ethiohahu.com ን ፡ ይጎብኙ ።

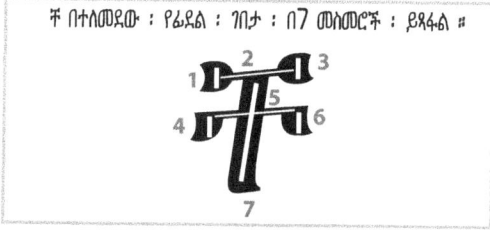

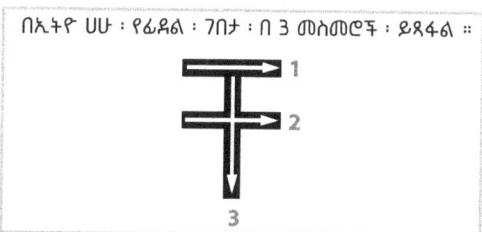

መነሻ ፊደል።	ፊደል በቀላሉ።	እያቀለሙ መጻፍ።	እያገጣጠሙ መጻፍ።
ሀ he	ሀ	ሀገር (hagar) Country	
ሁ hou	ሁ	ሁለት (hulet) two	
ሂ hi	ሂ	ሂደት (hidet) process	
ሃ ha	ሃ	ሃይማኖት (haimanot) religon	
ሄ hé	ሄ	ሄደ (hede) depart	
ህ h	ህ	ህዳር (hidar) november	
ሆ ho	ሆ	ሆድ (hod) stomach	

መነሻ ፊደል።	ፊደል በቀላሉ።	እያቀለሙ መጻፍ።	እያገጣጠሙ መጻፍ።
ለ le	ለ	ለበሰ (lebese) wear	
ሉ lou	ሉ	ሉጫ (luttcha) smooth hair	
ሊ li	ሊ	ሊቅ (liq) expert	
ላ la	ላ	ላባ (laba) feather	
ሌ lé	ሌ	ሌሊት (lélit) night	
ል l	ል	ልብ (lib) heart	
ሎ lo	ሎ	ሎሚ (lomi) lemon	
ሏ lwa	ሏ	ሏ lwa	

መነሻ ፊደል።	ፊደል በቀላሉ።	እያቀለሙ መጻፍ።	እያገጣጠሙ መጻፍ።
ሐ he	ሐ	ሐሙስ (hamus) thursday	
ሑ hou	ሑ	ሑሰት *1 (huset) rapidity	
ሒ hi	ሒ	ሒስ (hiss) criticism	
ሓ ha	ሓ	ሓ	
ሔ hé	ሔ	ሔዋን (héwan) eve	
ሕ h	ሕ	ሕዝብ (hizb) people	
ሖ ho	ሖ	ሖ	
ሗ hwa	ሗ	ሗ	

የቃላት ፡ ትርጉም ። (*1) ሑሰት ፦ መፍጠን ።

መነሻ ፊደል።	ፊደል በቀላሉ።	አያቀለሙ መጻፍ።	አያገጣጠሙ መጻፍ።
መ me	መ	መጽሐፍ (metshaf) book	
ሙ mou	ሙ	ሙዝ (muz) banana	
ሚ mi	ሚ	ሚዛን (mizan) scale	
ማ ma	ማ	ማክሰኞ (maksegno) tuesday	
ሜ mé	ሜ	ሜዳ (méda) field	
ም m	ም	ምስር (miser) lentil	
ሞ mo	ሞ	ሞላ (mola) full, topped up	
ሟ mwa	ሟ	ሟሟ (mwamwa) be soluble	

መነሻ ፊደል።	ፊደል በቀላሉ።	አያቀለሙ መጻፍ።	አያገጣጠሙ መጻፍ።
ሠ se	ሠ	ሠላሳ (selasa) thirty	
ሡ sou	ሡ	ሡሥ (sous) habit forming	
ሢ si	ሢ	ሢሶ (siso) a third	
ሣ sa	ሣ	ሣህን (sahin) dish	
ሤ sé	ሤ	ሤራ (séra) plot	
ሥ s	ሥ	ሥዕል (siel) picture	
ሦ so	ሦ	ሦስት (sost) three	
ሧ swa	ሧ	ሧ swa	

ቀለሜዋ፮ ፡ ገጽ ፭

መነሻ ፊደል።	ፊደል በቀላሉ።	እያቀለሙ መጻፍ።	እያገጣጠሙ መጻፍ።
ረ re	ረ	ረቡዕ (rob) wednesday	
ሩ rou	ሩ	ሩጫ (rutcha) running	
ሪ ri	ሪ	ሪዝ (riz) mustache	
ራ ra	ራ	ራስ (ras) head	
ሬ ré	ሬ	___ ሬ (ré)	
ር r	ር	ርግብ (erigb) pigeon	
ሮ ro	ሮ	ሮብ (rob) wednesday	
ሯ rwa	ሯ	ሯ (rwa)	

መነሻ ፊደል።	ፊደል በቀላሉ።	እያቀለሙ መጻፍ።	እያገጣጠሙ መጻፍ።
ሰ se	ሰ	ሰኞ (sengo) monday	
ሱ sou	ሱ	ሱሪ (suri) pants	
ሲ si	ሲ	ሲባጎ (sibago) string	
ሳ sa	ሳ	ሳብዕ (sabee) seventh order of Amharic vowel	
ሴ sé	ሴ	ሴት (sét) woman	
ስ s	ስ	ስሕተት (sihetet) error	
ሶ so	ሶ	ሶስት (sost) three	
ሷ swa	ሷ	ሷ (swa)	

መነሻ ፊደል።	ፊደል በቀላሉ።	እያቀለሙ መጻፍ።	እያገጣጠሙ መጻፍ።
ሸ she	ሸ	ሸማ (sheMA) cloth	
ሹ shu	ሹ	ሹራብ (shurab) sweater	
ሺ shi	ሺ	ሺ (shi) thousand	
ሻ sha	ሻ	ሻማ (shama) candle	
ሼ shé	ሼ	ሼክ (shék) sheik	
ሽ sh	ሽ	ሽልማት (shilmat) award	
ሾ sho	ሾ	ሾተል (shotel) sword	
ሿ shwa	ሿ	ሿ (shwa)	

መነሻ ፊደል፦	ፊደል በቀላሉ፦	እያቀለሙ መጻፍ፦	እያጠጣጠሙ መጻፍ፦
ቀ qe	ቀ	(qey) red	
ቁ qou	ቁ	(qutta) anger	
ቂ qi	ቂ	(qitta) unleavened bread	
ቃ qa	ቃ	(qaria) green pepper	
ቄ qé	ቄ	(qés) priest	
ቅ q	ቅ	(qidaɱie) saturday	
ቆ qo	ቆ	(qob) cap	

ቈ qwa	ቈ qωe	ቊ qωi	ቋ qωa	ቌ qωé	ቍ qω

መነሻ ፊደል።	ፊደል በቀላሉ።	እያቀለሙ መጻፍ።	እያገጣጠሙ መጻፍ።
በ be	በ	በር (ber) door	
ቡ bou	ቡ	ቡና (bunä) coffee	
ቢ bi	ቢ	ቢጫ (bitcha) yellow	
ባ ba	ባ	ባቄላ (baqiela) bean	
ቤ bé	ቤ	ቤት (bét) house	
ብ b	ብ	ብራና (brana) parchment	
ቦ bo	ቦ	ቦርሳ (borsa) pocket book	
ቧ bwa	ቧ	ቧጠጠ (bwattette) scratch	

መነሻ ፊደል።	ፊደል በቀላሉ።	እያቀለሙ መጻፍ።	እያገጣጠሙ መጻፍ።
ቨ ve	ቨ	ቨ	
ቩ vou	ቩ	ቩ	
ቪ vi	ቪ	ቪ	
ቫ va	ቫ	ቫ	
ቬ vé	ቬ	ቬ	
ቭ v	ቭ	ቭ	
ቮ vo	ቮ	ቮ	
ቯ vwa	ቯ	ቯ	

መነሻ ፊደል።	ፊደል በቀላሉ።	እያቀለሙ መጻፍ።	እያገጣጠሙ መጻፍ።
ተ te	ተ	ተማሪ (temari) student	
ቱ tou	ቱ	ቱቦ (tubo) tube	
ቲ ti	ቲ	ቲማቲም (timatim) tomato	
ታ ta	ታ	ታሪክ (tarik) history	
ቴ té	ቴ	ቴምብር (témbir) stamp	
ት t	ት	ትህትና (thitna) propriety	
ቶ to	ቶ	ቶሎ ቶሎ (tolo tolo) in a hurry	
ቷ twa	ቷ	ቷ (twa)	

መነሻ ፊደል።	ፊደል በቀላሉ።	እያቀለሙ መጻፍ።	እያገጣጠሙ መጻፍ።
ቸ tche	ቸ	ቸር (tcher) generous	
ቹ tchou	ቹ	___ ___ ቹ (tchou)	
ቺ tchi	ቺ	___ ___ ቺ (tchi)	
ቻ tcha	ቻ	ቻለ (tchale) resist	
ቼ tché	ቼ	___ ___ ቼ (tché)	
ች tch	ች	ችላ ባይ (tchila by) uninterested	
ቾ tcho	ቾ	________ ቾች (tchoch)	
ቿ tchwa	ቿ	ቿ (tchwa)	

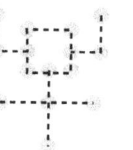

13

ቀለሜወ፪ ፡ ገጽ ፲፫

መነሻ ፊደል።	ፊደል በቀላሉ።	አያቀለሙ መጻፍ።	አያገጣጠሙ መጻፍ።
ኀ he	ኀ	ኀለየ *1 (heleye) think	
ኁ hou	ኁ	ኁ (hou)	
ኂ hi	ኂ	ኂሩት *2 (hirut)	
ኃ ha	ኃ	ኃይል (hail) power	
ኄ hé	ኄ	ኄ (hé)	
ኅ h	ኅ	ኅሊና (hilina) conscience	
ኆ ho	ኆ	ኆ (ho)	

ኋ	ኈ	ኊ	ኌ	ኍ
hwa	hwe	hwi	hwé	hw

* የቃላት ፡ ትርጉም ። ኀለየ ፲ ዐሰበ ። የኂሩት ፡ ትርጉም – ቸርነት ፡ ከቸርነትም ፡ ያለፈ ፡ ቸርነት ፡ ትሩፋት ፡ ማለት ፡ ነው ።

መነሻ ፊደል።	ፊደል በቀላሉ።	እያቀለሙ መጻፍ።	እያገጣጠሙ መጻፍ።
ነ ne	ነ	ነገ (nege) tomorrow	
ኑ nou	ኑ	ኑሮ (nuro) life	
ኒ ni	ኒ	ኒሻን (nishan) medal	
ና na	ና	ናላ (nala) brain	
ኔ né	ኔ	_____ ኔ (né)	
ን n	ን	ንፋስ (nefas) wind	
ኖ no	ኖ	ኖራ (nora) whitewash	
ኗ nwa	ኗ	ኗሪ (nwari) one who stays	

መነሻ ፊደል።	ፊደል በቀላሉ።	እያቀለሙ መጻፍ።	እያገጣጠሙ መጻፍ።
ኘ gne	ኘ	ኘ ___ ___ ኘ	
ኙ gnou	ኙ	ኙ ___ ___ ኙ	
ኚ gni	ኚ	ኚ ___ ___ ኚ	
ኛ gna	ኛ	ኛ ___ ኛ	
ኜ gné	ኜ	ኜ ______ ኜ	
ኝ gn	ኝ	ኝ ___ ___ ኝ	
ኞ gno	ኞ	ኞ ________ ኞ	
ኟ gnwa	ኟ	ኟ ___ ኟ	

መነሻ ፊደል።	ፊደል በቀላሉ።	እያቀለሙ መጻፍ።	እያገጣጠሙ መጻፍ።
አ 'a	አ	አረንጓዴ ('arenguade) green	
ኡ 'ou	ኡ	ኡኡ ('ououta) cry for help	
ኢ 'i	ኢ	ኢትዮጵያ (Ethioppya) Ethiopia	
ኣ 'a	ኣ	ኣምጣ ('amtta) you bring	
ኤ 'é	ኤ	ኤሊ ('éli) turtle	
እ '	እ	እሁድ (ehud) sunday	
ኦ 'o	ኦ	ኦ! ('o)	
ኧ	ኧ	ኧ!	

መነሻ ፊደል።	ፊደል በቀላሉ።	እያቀለሙ መጻፍ።	እያገጣጠሙ መጻፍ።
ከ ke	ከ	ከፊት (kefit) in front of	
ኩ kou	ኩ	ኩራዝ (kuraz) kerosenl lump	
ኪ ki	ኪ	ኪዳን (kidan) testament	
ካ ka	ካ	ካህን (kahin) priest	
ኬ k	ኬ	ኬላ (kéla) gate	
ክ ké	ክ	ክብ (kéb) circle	
ኮ ko	ኮ	ኮክ (kok) peach	

ኳ	ኳ	ኰ	ኲ	ኴ	ኵ
kwa	kwa	kwe	kwi	kwé	kw

መነሻ ፊደል።	ፊደል በቀላሉ።	እያቀለሙ መጻፍ።	እያገጣጠሙ መጻፍ።
ኸ khe	ኸ	ኸረግ (hareg) phrase	
ኹ khou	ኹ	ኹኔታ (hounieta) aspect	
ኺ khi	ኺ	ኺድ (hid) go	
ኻ kha	ኻ	ኻፍረት (hafret) discredit	
ኼ khé	ኼ	ኼደ (héde) depart	
ኽ kh	ኽ	__ __ __ ኽም (him)	
ኾ kho	ኾ	ኾነ (hone) happened	

ኸ ኹ ኺ ኻ ኼ ኽ ኾ

መነሻ ፊደል።	ፊደል በቀላሉ።	እያቀለሙ መጻፍ።	እያገጣጠሙ መጻፍ።
ወ we	ወ	ወፍራም (wefram) heavy	
ዉ wou	ዉ	ዉ (wou)	
ዊ wi	ዊ	___ ___ ___ ዊ (wi)	
ዋ wa	ዋ	ዋለ (wale) stay	
ዌ wé	ዌ	ዌ (wé)	
ው w	ው	ውሻ (wesha) dog	
ዎ wo	ዎ	ዎማ (woma) bush	

ቀለሜዋ፪ ፡ ገጽ ፳

20

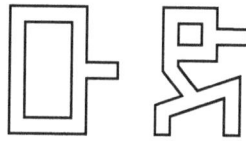

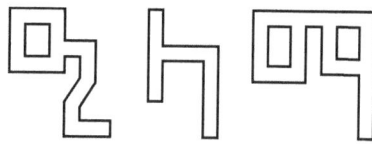

መነሻ ፊደል።	ፊደል በቀላሉ።	እያቀለሙ መጻፍ።	እያገጣጠሙ መጻፍ።
ዐ 'a	ዐ	ዐይን ('ayn) eye	
ዑ 'ou	ዑ	ዑድ ('oud) incense	
ዒ 'i	ዒ	ዒላማ ('ilama) target	
ዓ 'a	ዓ	ዓመት ('amet) year	
ዔ 'é	ዔ	____ ____ ዔ ('é)	
ዕ 'e	ዕ	ዕድሜ ('edmie) age	
ዖ 'o	ዖ	ዖም *1 ('oum) grass	

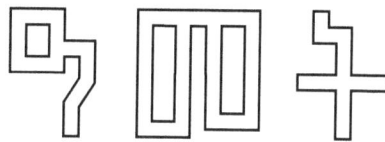

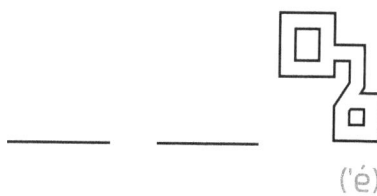

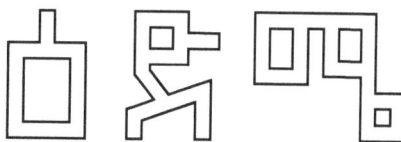

* የቃላት ፡ ትርጉም ፡- ዖም ፡ ማለት ፡ ሣር ፡ ማለት ፡ነው።

መነሻ ፊደል።	ፊደል በቀላሉ።	እያቀለሙ መጻፍ።	እያገጣጠሙ መጻፍ።
ዘ ze	ዘ	ዘጠኝ (zettegn) nine	
ዙ zou	ዙ	ዙሪያ (zouria) around	
ዚ zi	ዚ	_ዚህ (zih)	
ዛ za	ዛ	ዛፍ (zaf) tree	
ዜ zé	ዜ	ዜማ (zéma) tune	
ዝ zz	ዝ	ዝናብ (zinab) rain	
ዞ zo	ዞ	ዞረ (zore) around	
ዟ zwa	ዟ	ዟሬ (zwari) revolver	

መነሻ ፊደል።	ፊደል በቀላሉ።	እያቀለሙ መጻፍ።	እያገጣጠሙ መጻፍ።
ዠ je	ዠ	ዠለጠ (jelette) hit (with stick)	
ዡ jou	ዡ	ዡ (jou)	
ዢ ji	ዢ	_ ዢ (ji)	
ዣ ja	ዣ	ዣንጥላ (janttila) umbrella	
ዤ jé	ዤ	ዤ (jé)	
ዥ jie	ዥ	ዥለጣ (jiletta)	
ዦ jo	ዦ	ዦሮ(ጆሮ) (joro) ear	
ዧ jwa	ዧ	ዧ jwa	

ቀለሜዋ፪ : ገጽ ፳፫

መነሻ ፊደል።	ፊደል በቀላሉ።	እያቀለሙ መጻፍ።	እያገጣጠሙ መጻፍ።
የ ye	የ	የኛ (yegna) our	
ዩ you	ዩ	__ ዩ	
ዪ yi	ዪ	__ __ ዪቱ (yitu)	
ያ ya	ያ	ያዘ (yaze) hold	
ዬ yé	ዬ	__ __ __ ዬ (yé)	
ይ yie	ይ	ይሁን (yihun) OK	
ዮ yo	ዮ	__ __ __ ዮሽ (yosh)	

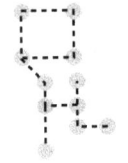

መነሻ ፊደል።	ፊደል በቀላሉ።	እያቀለሙ መጻፍ።	እያገጣጠሙ መጻፍ።
ደ de	ደ	ደብዳቤ (debdabie) mail	
ዱ du	ዱ	ዱባ (duba) pumpkin	
ዲ di	ዲ	ዲሞ *1 (dimo) red millet	
ዳ da	ዳ	ዳቦ (dabo) bread	
ዴ dé	ዴ	ዴጋን(ዳጋን) (dégan) bow	
ድ d	ድ	ድመት (dimet) cat	
ዶ do	ዶ	ዶሮ (doro) hen	
ዷ dwa	ዷ	ዷ dwa	

*የቃላት ፡ ትርጉም ። የዲሞ ፡ ትርጉም – ቀይ ፡ ዘንጋዳ ፡ ማለት ፡ ነው ።

መነሻ ፊደል።	ፊደል በቀላሉ።	አያቀለሙ መጻፍ።	አያገጣጠሙ መጻፍ።
ጀ dje	ጀ	ጀበና (djebena) pot	ጀ
ጁ dju	ጁ	__ ጁ (dju)	ጁ
ጂ dji	ጂ	ጂጌ (djige) communal labor	ጂ
ጃ dja	ጃ	ጃኖ (djano) tunic with broad red band	ጃ
ጄ djé	ጄ	__ __ ጄ (djé)	ጄ
ጅ dj	ጅ	ጅምር (djimer) start	ጅ
ጆ djo	ጆ	ጆሮ (djoro) ear	ጆ
ጇ djwa	ጇ	ጇ (djwa)	ጇ

መነሻ ፊደል።	ፊደል በቀላሉ።	እያቀለሙ መጻፍ።	እያገጣጠሙ መጻፍ።
ገ ge	ገ	ገበሬ (gebere) farmer	
ጉ gou	ጉ	ጉልበት (goulbet) knee	
ጊ gi	ጊ	ጊንጥ (gintt) scorpion	
ጋ ga	ጋ	ጋበዘ (gabeze) invited	
ጌ gé	ጌ	ጌጥ (gétt) ornament	
ግ g	ግ	ግንባር (ginbar) forehead	
ጎ go	ጎ	ጎበዝ (gobez) clever	

ጓ	ጐ	ጒ	ጓ	ጔ	ጕ
gwa	gwe	gwi	gwa	gwé	gw

መነሻ ፊደል።	ፊደል በቀላሉ።	እያቀለሙ መጻፍ።	እያገጣጠሙ መጻፍ።
ጠ tte	ጠ	ጠይም (tteyim) chocolate-faced	
ጡ ttu	ጡ	ጡጦ (ttutto) infant's feeding bottle	
ጢ tti	ጢ	ጢሻ (ttisha) underbrush	
ጣ tta	ጣ	ጣልያን (ttalyan) Italia	
ጤ tté	ጤ	ጤፍ (ttéf) teff	
ጥ tt	ጥ	ጥጥ (ttitt) cotton	
ጦ ttot	ጦ	ጦጣ (ttota) ape	
ጧ ttwa	ጧ	ጧፍ (twaff) candle made of beeswax	

መነሻ ፊደል።	ፊደል በቀላሉ።	እያቀለሙ መጻፍ።	እያገጣጠሙ መጻፍ።
ጨ ttche	ጨ	ጨዋታ (ttchewata) game	
ጩ ttchu	ጩ	ጩኸት (ttchuhet) shout	
ጪ ttchi	ጪ	ጪስ (ttchis) smoke	
ጫ ttcha	ጫ	ጫማ (ttchama) shoe	
ጬ ttché	ጬ	____ ____ጬ (ttché)	
ጭ ttch	ጭ	ጭልፋ (ttchlfa) ladle	
ጮ ttcho	ጮ	ጮሌ (ttcholie) slick	
ጯ ttchwa	ጯ	ጯሂ (ttchwahi) noisy	

መነሻ ፊደል።	ፊደል በቀላሉ።	እያቀለሙ መጻፍ።	እያገጣጠሙ መጻፍ።
ጰ ppe	ጰ	ጰራቅሊጦስ (pperaqlittos) the third person of the Trinity	
ጱ ppou	ጱ	ጱ (ppou)	
ጲ ppi	ጲ	ጲላጦስ (ppilatos)	
ጳ ppa	ጳ	ጳጉሜ (ppagmie) the 13th month of the Ethiopian calendar	
ጴ ppé	ጴ	ጴጥሮስ (ppéttros) peter	
ጵ pp	ጵ	__ __ __ጵ __ (pp)	
ጶ ppo	ጶ	ጶዴሬ *1 (ppodere) gown	
ጷ ppwa	ጷ	ጷ	

የቃላት ትርጉም :- *ጶደሬ ፡ ማለት ፡ ከላይ ፡ የሚደረብ ፡ የክብር ፡ ልብስ ፡ ነው ።

መነሻ ፊደል።	ፊደል በቀላሉ።	እያቀለሙ መጻፍ።	እያገጣጠሙ መጻፍ።
ጸ tse	ጸ	ጸበል(ዐፈር) (tsebel) (afer) soil	
ጹ tsu	ጹ	ጹ(ም፤ሚ፤ሙ) tsu (m, mi, mu)	
ጺ tsi	ጺ	ጺም (tsim) beard	
ጻ tsa	ጻ	ጻድቅ (tsadiq) righteous	
ጼ tsé	ጼ	ጼ (tsé)	
ጽ ts	ጽ	ጽጌረዳ (tsgereda) rose	
ጾ tso	ጾ	ጾም (tsom) fast	
ጿ tswa	ጿ	ጿሚ (tswami)	

መነሻ ፊደል።	ፊደል በቀላሉ።	እያቀለሙ መጻፍ።	እያገጣጠሙ መጻፍ።
ፀ tse	ፀ	ፀሐይ (tsehay) sun	
ፁ tsu	ፁ	ፁግ(ክፋት) (tsug, kifat) ingratitude	
ፂ tsi	ፂ	ፂዖት(መስክ) (tsiot, mesk) field	
ፃ tsa	ፃ	ፃሕስ(ጭፈራ) (tsahes, ttchfera) dance	
ፄ tsé	ፄ	ፄዋ(ምርኮ) (tséwa, merko) surrendered	
ፅ ts	ፅ	ፅንስ (tsnse) pregnancy	
ፆ tso	ፆ	ፆረ(ተሸከመ) (tsore, teshekeme) load	

መነሻ ፊደል።	ፊደል በቀላሉ።	እያቀለሙ መጻፍ።	እያገጣጠሙ መጻፍ።
ፈ fe	ፈ	ፈዋሽ (fewash) healer	
ፉ fu	ፉ	ፉከራ (fukera) boasting	
ፊ fi	ፊ	ፊደል (fidel) alphabet	
ፋ fa	ፋ	ፋኖስ (fanos) lantern	
ፌ fé	ፌ	ፌዝ (féz) mockery	
ፍ f	ፍ	ፍራሽ/ፍራሽ (frash) mattress / (frash) ruins	
ፎ fo	ፎ	ፎቅ (foq) building	
ፏ fwa	ፏ	ፏፏቴ (fwafwatie) water fall	

ፊደሎችን ፡ ለማጥበቅ ፣ ከፊደሉ ፡ ራስጌ ፡ ነጥብ ፡ መጨመር ። ለተጨማሪ ፡ ማብራርያ ፡ የመጀመሪውን ፡ ገጽ ፡ ተመልከቱ ።

መነሻ ፊደል።	ፊደል በቀላሉ።	እያቀለሙ መጻፍ።	እያገጣጠሙ መጻፍ።
ፐ pe	ፐ	ፐ ማእዘን (pe maezen) T-Square	
ፑ pou	ፑ	ፑ (pou)	
ፒ pi	ፒ	ፒ (pi)	
ፓ pa	ፓ	ፓ (pa)	
ፔ pé	ፔ	ፔ (pé)	
ፕ p	ፕ	ፕ (p)	
ፖ po	ፖ	ፖ (po)	
ፗ pwa	ፗ	ፗ	

www.ingramcontent.com/pod-product-compliance
Lightning Source LLC
Chambersburg PA
CBHW081639040426
42449CB00014B/3388
* 9 7 8 0 6 9 2 6 9 8 4 7 1 *